BetLog
Titiliang Tala, Tatalaang Tula

W. J. Manares

Ukiyoto Publishing

All global publishing rights are held by

Ukiyoto Publishing

Published in 2023

Content Copyright © W. J. Manares

ISBN 9789360165017

*All rights reserved.
No part of this publication may be reproduced,
transmitted, or stored in a retrieval system, in any
form by any means, electronic, mechanical,
photocopying, recording or otherwise, without the
prior permission of the publisher.*

The moral rights of the authors have been asserted.

*This is a work of fiction. Names, characters,
businesses, places, events, locales, and incidents are
either the products of the author's imagination or
used in a fictitious manner. Any resemblance to
actual persons, living or dead, or actual events is
purely coincidental.*

*This book is sold subject to the condition that it shall
not by way of trade or otherwise, be lent, resold,
hired out or otherwise circulated, without the
publisher's prior consent, in any form of binding or
cover other than that in which it is published.*

www.ukiyoto.com

Para kina Al, Lars at dalawang Joey
(nabuo ito dahil sa inyo)

Isang Katipunan Ng Mga Dagli At Mga Tula Na Nakakalibog

Sana BET mo ang LOG ko...

Ang uri ng panitikan na "Erotica" ay kinamuhian ng madla sa loob nang maraming siglo. Sa pagkakaalam ko, isang gagalangin na pari ang siyang unang naglakas-loob na magsulat ng mga nakakalibog na akda. Wala man siyang kinalaman sa akin at sa aklat na ito, nandoon naman ang kahalagahan ng kaniyang ginawa; ang pagbubukas sa ating pananaw at isipan sa lathalaing may temang pangmatanda.

Sana BET mo ang LOG ko...

Kung medyo may kakitiran ang utak mo, isang taos-pusong mungkahi mula sa akin na huwag mo nang ituloy ang pagbubuklat.

- W. J. Manares

Contents

Titiliang Tala	1
Lumang Desk	2
Napasubo	3
Inuman	8
Sa Pagtilaok Ng Tandang	10
Tatalaang Tula	12
BetLog	13
Bolambot	15
Tikim-Titi/Kiskis-Kiki	17
Kiss Mo'ko Sabay Hug	19
Tsupa	21
Talaba 2.0	23
Buhay-Iskwater	25
Butikiller EP (Edisyong Pangkalawakan)	27
About the Author	30

Titiliang Tala

Lumang Desk

Alas-10 ng umaga, Agosto 10, 1993

Magkatabi kaming nakaupo sa lumang desk sa loob ng amoy-tsok naming silid sa ika-3 na baitang. Masayang-masaya ang kaklase ko kapag magkasama kami. Hanggang sa dumating ang punto na hinipuan niya ako. Nagulantang ako.

Dahil sa ayaw ko siyang mapahiya ay nagwalang-kibo na lang ako at ninamnam ang mga sandali. Noong una ay sa labas lang ng aking pantalon ang himas niya. Nang kalaunan ay natuto na akong buksan ang zipper ng aking pantalon at ibaba ito ng kaunti upang lalo niyang mapag-igi ang pagsalsal sa aking pututoy.

Doon ko unang naranasan na labasan ng animo'y gatas na malabnaw. Oo, tamod iyon. Manamis-namis na tamod!

Simula noon hanggang sa kami'y tumungtong sa ika-4 na baitang, halos araw-araw akong jinajakol ng aking kaklase. Kapwa kami lalaki.

Natigil lamang ito nang inalis na ang mga lumang desk at pinalitan ng mga armed chair.

Napasubo

Alas-2 ng hapon, Hunyo 9, 1996

Mahilig akong gumala. Sampu ng aking mga kaibigan ay umalis kami patungo sa hindi pa namin napuntahang lugar. Dahil sa labis na pagkatuwa ay kung saan-saan kami nakarating. Napadpad tuloy kami sa isang kagubatan. At hindi nga tumagal ay napansin kong naliligaw na kami.

Hindi ko pinahalata sa aking mga kasama, hanggang sa napansin na rin nila na mukhang hindi na kami makakauwi. Tila dumidilim na ang paligid dulot ng unti-unting paglubog ng araw at bunga na rin ng mga puno na bumabalot sa amin. Kahit saan ako tumingin ay para bagang nawawala ang mga lagusan. Nawawala ang mga daan.

Madilim na talaga at nagsisitunugan na ang mga hayop at mga ibon na ang ibig sabihin ay oras na upang magpahinga.

Kabadong-kabado kami lalung-lalo na nang nahulog sa bangin ang isa naming kaibigan. Tinulungan siya ng isa pa naming kasama ngunit pati siya ay nalaglag din. Alam kong hindi na sila mabubuhay. Alam kong hindi na namin sila makikitang muli. Kapwa pa naman kami hindi nakapagpaalam sa aming mga magulang. Ano ang gagawin ko?

Isang kaibigan ko na lang ang natitira. Dalawa na lang kaming mananagot sa hindi inaasahang pangyayari.

Sa tulong ng napaparam na liwanag ng araw ay napadpad kami sa isang mahabang bakod. Sabi ng nalalabi kong kasama ay pasukin daw namin. At hindi na nga ako nag-atubili. Inakyat namin iyon at nakarating kami sa kabila.

Hindi tumagal, nakarinig kami ng mga putok. Umaalingawngaw. Nakakapangilabot. Sinundan ito ng mga yabag sa hindi kalayuan.

"Huwag na kayong magtago!" May sumigaw. Boses ng matandang lalaki. "Kanina pa namin kayo sinusubaybayan!" Sigaw ng isa pa niyang kasama habang papalapit sa aming kinaroroonan.

Nakasuot silang dalawa ng uniporme. Ang matanda ay may hitsura. Ang kasama niya naman ay medyo may kapangitan.

Pilit nila kaming isinama. Napag-isip-isip ko naman na sumama na lang kami kaysa sa hindi na kami makauwi.

Alam na alam ng dalawang lalaki na naliligaw kami.

Dinala nila kami sa isang kubo. Hide-out yata nila iyon. Kumain kami ng hapunan. Inihaw na hayop na hindi namin alam kung ano. Dahil nanginginig na rin kami sa gutom ay napasubo na rin kami ng marami-rami. Hanggang sa nabulunan ang aking kasama.

Dali-dali namang kumuha ng maiinom ang matandang lalaki. Iniabot sa kasama ko upang mahimasmasan.

Bigla niya itong nilagok at bigla rin niyang iniluwa. Anak ng puta! Hindi tubig ang laman ng baso! Alak iyon! Alak! Napahikbi na lamang ang aking kasama. Napainom na rin ako. Tiniis ko nag pait na lasa ng alak.

Pagkatapos naming kumain ay kinausap kami ng dalawang lalaki na hindi naman sila masasamang tao. Mga Forest Ranger daw sila. Sila ang tagabantay ng kagubatang ito. Nangako sila na tutulungan kaming makauwi. Hindi ngayon. Bukas.

Ipinaghanda nila kami ng matutulugan. At dahil sa pagod ay mahimbing kaming napalugmok sa loob ng kubong may kabantutan. Putang inang alak 'yan!

"Psssttt... Psssttt.." Ginigising ako ng matanda. "Sumunod ka sa akin..."

Tumayo naman ako mula sa pagkahiga at lumabas.

"Gusto mo ba talagang makauwi bukas?" Tanong niya sa akin.

"Opo!" Sagot kong may bahid ng pagtataka.

"Halika, isubo mo ito!"

Gulat na gulat ako sa aking nakita. Nakalabas kasi ang burat ng matanda. Tayong-tayo ito at tila nagbabaga sa galit. Wala pa akong nakikitang ari ng lalaki maliban sa titi ng kapatid ko.

Sobra-sobra ang aking kaba. Pinaluhod ako ng matanda sa kaniyang harapan at hinawakan ang aking ulo at pinilit na isubsob sa nangangamoy niyang pagkalalaki. Wala akong nagawa.

Tumutulo man ang aking luha. Isinubo ko ang burat ni Tatang. Napapahila siya sa aking buhok sa dulot na kiliti ng aking bibig. Halos matuyuan ako ng laway ngunit nakuha ko pa ring masayahin ang gabi niya.

Nandiri ako sa katas ni Tatang ngunit tinakot niya ako kung kaya't linunok ko na lang lahat. Kakaiba ang lasa nito. Maalat-alat na mapakla. Sa dulo ay may sipa na gumising sa aking diwa.

Akala ko ay tapos na.

Habang pasinghap-singhap ako at pinupunasan ang aking luha na umaagos sa aking pisngi, bigla akong nilaplap ng matanda. Kagaya kanina, wala pa rin akong magawa. Nakipaghalikan ako sa amoy-asupreng gurang. Nanlambot ako nang higup-higupin niya ang aking laway at hininga. Sinipsip pa niya ang aking dila. Sa puntong ito ay nilabanan ko siya.

Namalayan ko na lang na nakahubad na kaming dalawa. At doon na nag-umpisa ang pagwasak ni

Tatang sa aking pukeng kanina pa namamasa. Kinantot niya ako ng malakas at paspasan. Halos walang katapusan ang aking pag-iyak ngunit bigla akong pinatahan ng di-pangkaraniwang kiliti na dulot ng balikong titi ng matanda. Nauulol na ako sa sarap hanggang sa hinugot niya ang kaniyang burat mula sa aking pagkababae at itinutok ito sa aking mukha.

"Isubo mo ito!"

At ako'y muling napasubo.

Kinaumagahan. Nakauwi kami sa kanya-kanya naming mga bahay ng maayos.

Hindi ko na naitanong sa kaibigan ko kung ano'ng nangyari sa kaniya kagabi. Alam ko na napasubo rin siya sa pangit na kasama ni Tatang. Nakantot at pinagsawaan.

Hanggang ngayon ay pinaghahanap pa rin ng kanilang mga magulang ang dalawang kaibigan naming nawawala.

Inuman

Alas-9 ng gabi, Mayo 18, 2005

Nakipag-inuman ako kagabi sa mga kapitbahay namin. Dahil sa ako lang ang nag-iisang babae sa pangkat, inasikaso nila akong mabuti. Syempre, mas marami ang pulutan ko at hindi nila ako pinipilit na maparami.

Masaya ang pakiramdam kapag nagsimula nang gumana ang kapangyarihan ng "agwa de pataranta" na nagustuhan talaga ng aking katawang-lupa. Nalasing ako at nakatulog.

Ilang minuto pa lang akong nasa dako ng panaginip ay may kakaiba na akong naramdaman. May gumagapang sa aking katawan. Malilikot. Madidiin. Ngunit hindi ko maimulat ng maayos ang aking mga mata dahil lalo silang pumungay dulot ng pagkalango sa alak.

Nais ko sanang bumangon ngunit mabigat ang aking katawan. Pinakiramdaman kong muli ang mga kilos at galaw patungo sa aking dibdib. Mayroon ding dumadausdos patungo sa aking mga hita.

Pinilit kong dumilat upang maaninag ang mga salarin. At nagulat ako sa aking nasaksihan.

Mga kamay na ubod ng laswa. Ginagalugad nila ang aking bubot na kariktan at naramdaman ko ang panlalambot ng aking kalamnan. Nalulusaw ako.

Wala na akong nagawa kundi hayaan ang mga hayok sa laman na lamasin ang aking dalawang naghuhumindig na mga suso at pindut-pindutin ang aking nagniningas na mga utong. Ang sensasyon ay nakakabaliw. Napapakagat-labi ako. Lalung-lalo na nang maramdaman ko ang mga kamay na humihipo sa aking puson. Pababa, palalim. Mapusok, nanggigigil. May pumipiga, may dumudukit. Ang ritmo'y sari-sari. Hanggang sa umagos ang sabaw ng aking puke. Nilamutak nila ako hanggang maabot ko ang langit.

Kusa namang nagsialisan ang mga demonyo pagkatapos na ako'y labasan. Napakasarap ng aking pakiramdam. Napa-ungol nila ako. Hindi ko na magawang umangal pa o sumigaw ng saklolo. Nagbuntong-hininga na lang ako at umuwi na maligaya at may ngiti.

Bukas. Inuman na naman. Burat na nila ang gusto kong maranasan.

Sa Pagtilaok Ng Tandang
Alas-3 ng madaling-araw, Hulyo 11, 2011

Muling tumigas ang aking sandata, isang oras bago ako tumayo mula sa pagkahimbing.

Pilit ko mang kumawala sa pagnanasa na nasa aking utak ay lalo lamang nagsusumikip ang aking salawal. Hinubad ko na nga lang at bumulaga ang aking armas na ugatan.

Nais ko sanang huwag hawakan ngunit naakit ako sa aking katigasan at kahabaan. Bigla ko itong inundayan ng himas at hinilot ng may pagmamadali upang aking mapatalsik ang nag-aalburutong semilya na nais sumabog. Galit na galit ang aking alaga. Inamo ko ito hanggang sa namula ng husto. Namamaga sa kahalayan.

Nagkusa sa pag-angat ang aking puwit kasabay sa pagtaas-baba ng aking mapangahas na kaliwang kamay na natataranta na sa paghihintay sa kakang gata na pinagmumulan ng lahi.

Itinutok ko ang aking burat sa gilid ng aking kama upang sa pagbuga ng likidong mahiwaga ay hindi ito kumalat at mapunta sa aking higaan. Napilitang magpantasya sa mga nakitang dilag sa nayon. Napasubong magnasa sa mga napanood na kababaihan sa pinilakang-tabing. Ang alindog nila ay nagsilbing tulay upang rumagasa ang ilog ng kalibugan.

Iniunat ko ang aking mga paa hanggang sa naabot ko ang kaulapan. Bigla akong napaungol sa kiliti na naranasan.

Sumuka na namang muli ang aking titi kagaya noong nakaraang pagtampisaw sa kalaswaan. Basa na naman ang pader. Ang kumot kong kalalaba lang ni Inay ay muling nadumihan. Ayos lang iyon kasi nakaraos naman ako bago tumilaok ang tandang ng kapitbahay naming naiinip sa pagsapit ng bukang-liwayway.

Tatalaang Tula

BetLog

Samahan mo ako sa aking paglalakbay,
Nawa'y huwag kang malulumbay.
Paki-usap, ang iyong kamay,
Sa tamang dako lamang ilagay.

Baka kasi bigla itong gumalaw,
At kung may ano itong magalaw.
Dala ng pagka-uhaw ay madadala sa natanaw,
Na dalawang bolang malambot sa ilalim ng balaraw.

Huwag ka na ngang sumama,
At baka mapasama pa,
Yaring aking pamamasyal sa,
Gintong lupang dala-dala.

Tagtuyot ay 'di ko pinapansin,
Aararuhin pa rin ereng bukirin,

Mga kuko ma'y sabihing dugyutin,
Tuloy pa rin, bayag ko'y kakamutin.

Bolambot

May isang sekreto ang mga kalalakihan,
Tunay na itinatago, likas na iniingatan.
Patungkol ito sa kanilang ari, kanilang ari-arian,
Malungkot man ngunit pawang katotohanan.

Ang ating ginoong kaibig-ibig,
May lihim na ikinukubli, tikom ang bibig.
Nais mo bang malaman at mabatid?
Isang kasiyahan ang sayo'y ihahatid.

Ito'y tungkol sa kanilang binibitbit,
Kinikimkim na bahagi ng lalaking malupit,
Unahin na natin ereng taga-Kalumpit,
Hindi matigas, kumukumpas, magkadikit.

Isunod natin ang lakan ng bayang Pandi,
Kung saan kahit matipuno'y wagas kung lumandi.

Kapag siya na'y umihi, magtatakip kunwari,
Ngunit makikita pa rin ereng titing nakatali.

Pakay ko na sana'y iyong maabot,
Ang mensahe nereng tulang nilimot,
Na sa bawat takot at hilakbot,
May dala silang dalawang lupaypay na bolambot.

Tikim-Titi/Kiskis-Kiki

May isang binatang ayaw manligaw,
Akala nila siya ay hindi pa handa,
Sa bintana siyang padungaw-dungaw,
Sa nag-iinumang mga kapwa niya binata.

Mukhang iba ang trip mo, besh,
May kutob na sila, 'wag ka na ngang mag-atubili!
Kaya mo pa bang magtiis?
Alam na nila ang iyong nais... Tikim-titi!

May isang dilag na tunay ngang maganda,
Wala silang masabi sa kanyang kariktan,
Ngunit sa pag-uwi ay inuumaga,
Siya pala'y napapadpad sa kung saan-saan.

Upang maghanap ng panandaliang aliw,
Sa katulad niyang dalaga siya ay nawiwili.

Nasasaabik at tila baliw na baliw,
Sa bawat palakpak ay nagigiliw... Kiskis-kiki!

Kiss Mo'ko Sabay Hug

Irog, iyo na bang nilimot,
Ang ating mga sumpaan sa kanto't,
Eskinita ng pag-ibig, masalimuot,
Hindi magawang magsalsal dahil sa lungkot.

Giliw, kailangan kita sa buong magdamag,
Kahit magmakaawa, hindi pa rin mapapayag.
Ba't nais mo sa madilim at ayaw mo sa liwanag?
Nais ko lang namang i-kiss mo'ko sabay hug!

Sinta, iyo pa bang naaalala,
Na ako'y iyu't iyo simula pagkabata?
Bakas pa ang tilamsik ng tamod sa iyong mukha,
Sa akin pa ba 'yan? Ba't iya'y 'di pa rin nabubura?

Minamahal, ayoko na sanang ang pagjajakol ko'y ipagpatuloy.

Kiss mo naman ako sabay hug, aking panaghoy!

Mas nanaising burat ko'y sa bunganga mo'y lumangoy,

Sawa na ako'ng magbutas ng punong saging na parang palaboy.

Tsupa

Napakalikot ng dila mo,
Andai mong parinig.
Sabi sa akin ng Lolo,
"Tumahimik 'pag puno ang bibig!"

Napakasiba mong lumamon,
Magtira ka naman ng kaunti.
Hala, tuloy lang, sa maghapon, ikanga, "Padayon!"
Said na ang gatas, at ang gata pati.

Nasa balong malalim na puno ng matutulis,
Na ngipin mong nangangagat-kagat pa nga.
Kung humagod ay walang mintis,
Ubos ang semilya, nawa'y hindi lang wampipti ang kaya!

Alam ko na naghihintay ka sa muling pagpatak, na naman,

Inaabangan ang pagragasa at pagpulandit,

Ng mahiwagang tubig mula sa bumbunan,

Siya, siya, heto na nga ang katas na biyaya ng langit.

Talaba 2.0

Itira mo sa akin ang pinakamalaki,
Kasinlaki ng matambok mong puke.
Ayaw kong tikman ang maliliit,
At baka mapunit, Kuya Edu, masakit.

Hanguin mo na mula sa dagat,
Nang malasap ko na ang tamang-tamang alat.
Aking dudukitin, 'wag sanang masugat,
Kapag nagsimula itong mangagat.

O, talabang malasado at masustansiya,
Langit ang katumbas ng iyong lasa.
Pananabik ay 'di ko na alintana,
Binaklas mo ang lungkot at pagkabalisa.

Dinggin mo, ang tangi kong dasal,
Mula sa aking bunganga na hindi maka-usal,

Mas masarap ka pa sa Mang Inasal,
Ikaw ang naiisip sa t'wing nagsasalsal.

Buhay-Iskwater

Napadaan ako sa isang barongbarong,
Puno ng pighati, lungkot at gutom,
Wala man lang makain ni tutong.
May babae doong pabulong-bulong,
At biglang tumawa ng malutong.
Habang dumedede ang kaniyang kinakalong.
Bata ba iyon?
O baka 'yung asawa niyang matandang maton?
Anlaki ng kanyang utong!
Tiyak na busog ang sinumang sumilong.
Hanggang sa may napansin akong kabaong,
Na yari lamang sa tagpi-tagping karton.
Ang laman nitong huklubang lalaki'y walang barong.
Tinabunan lang siya ng pinira-pirasong kutson,
Upang magmukhang disente, tila hindi nasubukang magtulak,
ng kariton.
Tama ang aking hinala, hindi sanggol yaon,

Ang sumisipsip ng suso ay si Ninong!
Napasilip ako sa isang dampa,
At may napansin akong nakadapa.
Mayroon din namang nakatihaya,
At may nakabukaka na parang palaka.
Sinubukan kong dumapa at nangahas na mangapa,
May nahawakan akong mamasa-masa.
Ano kaya ito, isda?
Baka boneless na tilapia?
Malambot kasi at medyo malata.
Madulas na tila may mantika.
Akin pa ngang pinag-igi ang pagkapa,
Hanggang sa nasagi ko ang bahaging lumuluha, ako ay natulala!
Mata na kaya? Bakit parang bunganga?
Ngunit nasaan ang dila? Tuloy-tuloy pa naman ang kaniyang paglawa!
Napilitan akong tusukin ang kakaibang lungga, nabasa ko ito,
Sa aklat na may hiwaga.
Tama ang aking hinuha, ako'y nasa bahaging ibaba,
Puke pala iyon ng babaeng mataba!

Butikiller EP
(Edisyong Pangkalawakan)

Habang aking hinahasa ang aking sandata,
Pumutok ito sa kaniyang bunganga.
Sige, magpakabusog ka, makapit na halimaw,
Ang malalaglag mamaya'y walang iba kundi ikaw.

Espada kong pangkalawakan ay umiinit,
Handa ng pabulwakin ang dugo at pawis.
Halika na, halimaw na ubod ng pangit,
Tunaw ka sa aking apoy at mangangamoy-ipis.

Sabi ko na nga ba, muntik mo na akong madaganan,
Ngunit teka lang, bakit ansarap sa pakiramdam?
Habang nakalapat sa'kin ang buntot mong makapangyarihan,
Ilalapat ko na rin sa'yo ang buntot ko. Tapos na ba ang digmaan?

"Mag-uumpisa pa lang," wika ng halimaw sa akin.

"Ah, ganoon ba?" Sagot ko naman habang nangingisay sa pagkasadlak.

"Mabuti pa, magbati na lang tayo," mungkahi ko na ikinagulat niya.

"Paano ba magbati, Butikiller?" tanong sa akin ng tarantado.

Kung nagustuhan mo ang aklat na ito o nais mong makipag-ugnayan sa may-akda, umpisahan mo na ngayon:

Website: www.wm.20m.com/wjmanares.html
Messenger: willerjunaranetamanares
Facebook: wastesjunksandmesses
Wattpad: wastesjunksandmesses
WhatsApp: Wastes, Junks And Messes
Youtube: Wastes, Junks And Messes
Instagram: WJManares
Twitter: WJManares
Tiktok: wjmanares
Goodreads: W.J. Manares
LinkIn: W. J. Manares
Discord: W. J. Manares, Author #3068
Blogsite: wastesjunksandmesses.blogspot.com
Email: wastesjunksandmesses@gmail.com

About the Author

W. J. Manares

Si W. J. Manares a.k.a Willer Jun Araneta Manares ay lumabas mula sa sinapupunan ng kanyang ina noong ika-1 ng Hunyo, taong 1985. Isang hindi-gaanong-kilalang Manunula't Manunulat. Isang lehitimong "anak sa labas" ni Balagtas. Itinuturing niya ang kanyang sarili na tagahawi ng ulap atbp.. Siya lang naman ang nag-iisang Tigasing Toro. Hindi niya ikinakahiya ang pagiging malibog. Mahilig siya sa mga akdang Science Fiction at Erotica. Mahal niya si Piers Anthony at ang mga isinulat nito, lalung-lalo na ang Ogre, Ogre, Bio of an Ogre at But What of Earth? na nagpabago sa kanyang pananaw sa buhay. Masaya siya sa kanyang bukod-tanging pamumuhay sa probinsiya ng Aklan - ang pinakamatandang lalawigan sa bansang Pilipinas.

www.ingramcontent.com/pod-product-compliance
Lightning Source LLC
LaVergne TN
LVHW041642070526
838199LV00053B/3515